Okusonyiwa

Okusonyiwa

"Ekitabo kino kiwandikiddwa aba Derek Prince Ministries, era nga kigendereddwamu okureeta okuwonyezebwa okw'omwoyo n'omubiiri, wamu n'okukomyawo enkolagana yaffe ne Katonda, okwo gatakko okutabagana ne Bantu banaffe."

Okusonyiwa

"Kye kigambo ekituyamba okutabagana wamu n'okufuna emirembe nadaala nga tukikozeseza eri omuntu yenna abeera atusobezza."

Ekitabo kinno kyawandikibwa
DEREK PRINCE

Okusonyiwa

Originally published in English under the title: *I Forgive You.*

ISBN: 978-1-908594-73-0
Catalog no: T56.
Copyright © 2006 Derek Prince Ministries–International.
All rights reserved.

Published by permission in the LUGANDA language.
Copyright © 2013. Derek Prince Ministries–International.
Published in the year 2013.
Printed by: Derek Prince Ministries – UK

Ebyawandikibwa ebikozeseddwa mu kitabo kinno, byona
bigiddwa mu Baibuli-Ekitabo Ekitukuvu. Okumanya ebisingawo
ku kitabo kinno.

DPM-Uganda,
Post Office Building, Entebbe, Uganda.
Web: www.derekprince.com

Ebiiri mu kitabo kino

Essomo   **werisangibwa**

OMUKISA OGURI MU KUSONYIWA

Okusonyiwa ky'ekigambo ekisinga okwagalibwa, wamu n'okuwurikika oburungi mu buri lurimi oba mu buri gwanga, eri abantu bonna.

Kiki ekifuula okusonyiwa ekigambo oba ekintu ekyenjawulo oba eky'omuwendo? Ensonga nyingiko naye kankuweyo eby'okulabilako bitono ebilaga omugaso gw'okusonyiwa:

Awabeela okusonyiwa; wabelawo okutabaganna, emirembe, essanyu, okwesiima, okutegeera, okwagala, okuyamb gana wamu n'okusa ekimu.

Gwe naawe okimannyi burungi nti, ensi yonna y'etagga ebigambo oba ebintu ebyo ebimenyedwa wagulu, ate nga byo tebigulwa na nsimbi, era toyinza ku kozesa maanyi wadde eby'okulwanyisa okusobola okubifunna.

Ekyo nga kivudeko; kati njagala era nkulage akatyabaga akaberawo singa tewaberawo kusonyiwa, nadala nga waliwo omuntu yenna akusobeza:

Omuntu yenna bw'aba tasonyiye ate nga asobezedwako; ekyamazima kiri nti, omuntu oyo abeera n'obusungu, obukambwe, obukaawu, ekiruyi, obukyaayi, entalo, obutabanguko, wamu n'okubulwa emirembe.

Bw'oba nga oyagala okusumururwa oba obutabeera muddu w'ebigambo, emize oba empisa embi ezo ezimenyedwa wagulu: ekyo kibeera kitegeza nti olina okusonyiwa, kubanga ly'edagala lyoka eribiwonya.

Waliwo emitendeera ebiiri egilaga okusonyiwa mu Baibuli, era nga girabikira mukifananyi eky'omusalaaba; ekitundu ekimu kiva wansi nga kigenda wagulu ate ekilaala n'ekibeera eky'amakikakikka.

Ekitundu ekyambuka wagulu kitegeeza nti fena nga abaana b'abantu twetaga okusonyibwa okuva eri Katonda n'eri.

Kubanga baibuli etulaga bulungi, nti tewali muntu atayonoona, n'olwekyo bw'obeera nga oyagala okutambuliira mu bulamu obutukiridde, oba olina okwenenya mu maaso ga Katonda.

Ekitundu eky'okubiri ekisalamu, kitegeeza nti, tulina okusonyiwa banaffe, era nabo balina okutusonyiwa; olwo tulyoke tusobole okubeera mu mirembe nga tuli nabo; ate era nawe okimanyi burungi nti,

Omuntu yenna bw'oba tomusonyiye oba nga ye takusonyiye, temubeera bumu, temusobola kukorela wamu, temusobola kuteesa ekyo kiteegeza nti enkulakulana yamwe ebeera esalidwako, kubanga gwe wetaga abantu abalala, ate era nabo bakwetaga okusobola okufuna kye mwetaga mubulamu.

Kakati njagala nkulage omukisa oguri mu kusonyibwa: Kabaka Dawudi atugamba mu Zabbuli 32:1-2 nti,

"Aweredwa omukisa omuntu asonyiyidwa ekyonoono kye, n'ekibi kye kikwekedwa. Era awereddwa omukisa omuntu Mukama gw'atabalira butali butukirivu bwe.Ne mu mwoyo gwe temuli bukuusa."

Ekyawandikibwa ekyo kitulaga burungi nti, waliwo emikisa mingi egigendera awamu n'okusonyiwa oba okusonyiyibwa Katonda.

Tewaliwo kyawandikibwa mu Baibuli kikulaga nti waliwo omuntu yenna atayagala oba atasanila kwenenya oba kusonyiyibwa.

Kubanga Baibuli ekilambika burungi nti, bonna bayonoona ne batatuuka mu kitibwa kya Katonda: wano tebayawudemu gwanga, langi, oba nkula, wabula bagambye nti bonna nga mwotwalidde abazungu, abadugavvu, abagagga, abaavu, abawanvu, abampi, abaasoma enyo wamu n'abataasoma.

Kinno kitegeeza nti, fenna twayonnona era tusobola okw'onoona, n'olwekyo ffena tw'etaga

okusonyiyibwa okuva eri Katonda wamu n'eri
Bantu banaffe.

Kabaka Dawudi aka Dawudi atugambye
nti, *"Aweredwa omukisa, omuntu Mukama
gw'atabalira byonoono bye, era nga ne mu
mutimwa gwe temurimu bulimba oba bukuusa".*

Wano ayogela ku muntu eyali ayononyeko, naye
nga ekibi kye tekikyamubalilwako, olina okumanya
nti; nga onasonyiyibwa, olina okubera ow'amazima
eri Katonda.

Kino kitegeeza nti, tolina kugezako ku kweka kibi
kyo, era tolina kweworereza eri Katonda, era tolina
kukuuma kibi kyonna mu mutima gwo, mu nyumba
yo, mu mirimu gyo oba mu buwereza bwo.

Eyo y'ensonga lwaki Dawudi atugamba nti,
*"Bwenasirikanga amagumba gange gakadiwanga,
olwo okukaaba kwange obudde okuziba.*

*Kubanga emisana n'ekiro omukono gwo
gwanzitowereranga, amazzi gange negakaliranga
nga olw'omusana ogw'ekyeya.*

*Ne nkwaturiila ekibi kyange, n'obutali butukirivu
bwange ne sibukukweka.*

*Nayogela nti Mukama n'amwaturila ebyonoono
byange, naawe n'osonyiwa obutali butukirivu
obw'ekibi kyange."* (Zabbuli 32:3-5)

Nze ndowoza nti Dawudi yawandika bino nga asinziila ku mbeela gye yagwaamu ne Besuseba muka Wuliya.

Kyali kintu kibi nyo, kubanga Dawudi yayenda ku mukyala wa Wuliya, ate oluvanyuma n'atta Wuliya nga atya ekibi kye okumanyika mu maaso g'abantu.

Mu kusooka Dawudi yali ngafe, nga takiriza nti daala ekibi yali akikoze, era yagezaako okukikweka abantu n'okulaga nti tekyabadewo, wamu n'okukibikiriila;

Naye mw'ebyo byona yalinga omuntu eyebase mu buriiri omuri omuriro, oba kumafumu; kubanga ye kenyini atugambye nti,

"Kubanga emisana n'ekiro omukono gwo gwanzitowereranga, amazzi gange ne gakaliranga nga olw'omusana ogw'ekyeya".

Kino kitegeeza nti, buli lw'okweka ekibi kyo, obeera olina okulya ku bibala byakyo, era tosobola kufuna mirembe, ssanyu, wadde okw'esiima.

Eky'okulabilako: mukwano gwange omusaawo yangamba nti; lwali lumu ne wabaawo omukyala gwe baleeta muddwaliro okujanjabibwa; omusaawo ono mweyali akolera; bambi ensigo ze zaali zalekera awo okukola, era nga olususssu lwe lufuuse lwa kyenvu.

Omusawo ono bweyamulaba nga ali mubulumi, y'agezako okwogera naye, bambi nga omulwadde tannyega; amangu ago omusaawo n'awuriila Omwoyo Omuttukuvu nga amugamba nti, **"mugambe nti osonyiyidwa ebiibi byo"**, era omusawo bwatyo bweyakola.

N'amugamba nti, mu linnya lya Yesu Kristo, Katonda asonyiye ebiibi byo. Omulwadde bweyawurila ebigambo by'okusonyiyibwa omusaawo bye yayogela gyali, amangu ddala yatandikilawo okumwenya,

Era eyo ye yaali entandikwa y'okuwonyezebwa kwe, oluvanyuma lwenaku ntono, omukyala ono yawonnyezebwa, era n'adamu okutambula.

Ekyo kitegeeza nti, obulwadde bw'omukyala oyo bw'aliko enkwasso y'ekibi; n'olwekyo yali tasobola kuwona nga tamaze kusonyiyibwa, naye olwamala okusonyiyibwa, amangu ago n'awonyezebwa, era n'afuuka wadembe.

Njagala okimanye nti, ekibi kibonyabonya, era yensibuko y'endwadde, okuffa, okuremererwa, okuzitowererwa, okuwangurwa, okukorera obwereere, okufiirwa ebintu byo, okubulwa otulo,

Okubulwa amannyi ag'okusaba, okubulwa amannyi ag'okusiiba wamu n'okusoma ekigambo kya Katonda, ekyo kijjawo enkolagana yo ne Katonda, wamu n'okuteeka obulamu bwo mu katyabaga.

Bw'oba oyagala okweyongela okumanya obubi obuli mu kibi wamu n'okubeera nga tosonyiyidwa, nkusaba osome ekitabo kya Samwiri eky'okubiiri, esuula 11 okutuuka kusuula eya 21:

Musuula ezo: kikulaga engeeri Dawudi gye yabonabona, n'agibwa mu bwakabaka, n'atandika okusula mu nsikko,

Era batabani be ne batandika okukwata banyina bwe, ne batandika okutingaana, wamu n'okwagaliza kitabwe okufa, basobole okwediza obwakabaka.

Mutabani we omu yatuuka n'okusula ne maama we omutto, enjaala n'egwa munsi okumala emyaka musanvu, abantu ne basadakibwa, naye nga ensibuko ya byona ky'ekibi ekyaali tekinasonyiyibwa.

Eno ye nsonga lwaki Dawudi atugamba mu Zabbuli 32:6-7 nti, *"Ku lw'ekyo buli atya Katonda akusabenga mu biro by'oyinza okulabikilamu: mazima muntaba ez'amazzi amangi tebalituuka gyali.*

Oli bwekweko bwange, on'onkumanga mu kulaba ennku, ono netolozanga enyimba ez'obulokozi."

Mu kino Dawudi yali atugamba nti, omuntu
yenna tolina kulwa, singa otegeera nti wetaga
okusonyiyibwa, kikole mu bwangu osabe

Katonda oba mugandawo akusonyiwe. Tolina
kulinda bizibu kukugwako olyoke osabe oba
wenenye, buli lwewenenya n'osonyiyibwa;

Katonda abeera ekidukiro oba obwekweko gyoli,
era akulokola mu buli kizibu kyona ekibeera
kikworekedde.

Nabbi Isaaya, naye atugamba ensonga yemu
nti, *"Munoonye Mukama nga bw'akyayinzika
okulabika, mu mukabirire nga bw'akyali okumpi,
omubi aleke ekubo lye, n'omuntu atali mutukirivu
aleke ebirowozo bye era akomewo eri Mukama
naye anasonyiyira ddala nnyo"* (Isaaya 55:6-7)

Njagala okimanye nti waliwo ekiseera Katonda
wakusubila okukola ekintu oba okukyuka okudda
gyali, naye singa tokikola, obeera ofiridwa, kubanga
ekiseera oba omukisa ogwo guyinza obutadda nate.

Era olina okumanya nti, wabelawo ekiseera nga
Mukama ali kumpi, ate era wabelawo ekiseera nga
bw'omuyita asobola okuwurila, n'okukola ekyo
ky'obeera omusabye.

Ensonga eno gye twogerako yamangu; era bwoba olina ekibi kyona, kino ky'ekiseera eky'okukyukira Mukama Katonda wo, nga wenenya.

2 Bakolinso 6:2 atugamba nti, *"Kino ky'ekiseera eky'okukirizibwamu"*.

Mukwano gwange togezako kw'elimba, oba kukweka kibi mundayo, naye wuririza Omwoyo Omuttukuvu ky'ayogeera gyoli era okikole.

Era nkusaba ojukire omukisa, obuwanguzi wamu n'ebirungi byetwayogedeko ebiri mu kusonyiyibwa.

Ekiseera eky'okubeera mubusibe olw'obutasonyiwa kiwedewo, kino kiseera kya kusonyiyibwa gyoli, eyo ye nsonga, lwaki Omwoyo Omuttukuvu, akurumiriza okwenenya kaakati.

BULI MUNTU YENNA Y'ETAGA OKUSONYIYIBWA.

Olowoza lwaki twetaga okusonyiyibwa?
Bwetusoma ekitabo eky'Abarumi 3:23, kitulaga
bulungi ensonga lwaki fenna tulina okunonya
okusonyiyibwa.

Kigamba nti, *"Bonna bayonoona, ne batatuuka
mu kitibwa kya Katonda."* Bw'agamba nti bonna,
kitegeeza nti, tewali gwe kitakwatako.

Ffena twayonoona, tewali n'omu yali atukiridde, era
tewali atayonoona.

Muganda wange, oyinza okuwakana n'ogamba nti
nze 'sibbanga, sittanga, siyendanga, silyazamanya
muntu yenna, era sinywa mwenge', n'ebilaala.

Ekyo kituffu, naye oyinza okutugamba nti
tolimbangako? Yo Baibuli etugambye nti, *Ffenna
twayonoona ne tutatuka mu kitibwa kya Katonda.*

Ekibi kitegeza okunyaga ekitibwa kya Katonda, oba
obutatuka kw'ekyo Mukama kye yakutekeratekera.

Tulina okukiriza nti, ffenna twakyaama ne tuva mu kwagala kwa Katonda, ne tutakola ekyo kye yatutondera, ne tutayogera nga Mukama bw'ayagala, era ne tukola ebyo ebitwawukanya ne Katonda waffe.

N'olwekyo, eky'okudamu tekiri mu kweworereza nti, wakola oba tewakola, oba nti tewayonoona, wabula ffena tulina kwenenya bwetuba nga twagala okubeera n'enkolagana ennungi ne

Katonda omulamu. Olina okusonyiwa abakusobya bw'oba oyagala naawe okusonyiyibwa. Jukira nti, gw'osonyiwa, ne Mukama amusonyiwa, era gw'osibila ekibi kibera kisibidwa.

Naye ekikulu siku sibilwa, naye nawe bw'otasonyiwa naawe tosonyiyibwa, kibeere kati oba mu mirembe egirigya.

ENSIBUKKO Y'OKUSONYIWA

Ensonga y'okusonyiyibwa ya mugaso nnyo eri abantu bonna, naye olina okumanya nti, omusingi gw'okusonyiyibwa kwaffe guri mu maanyi agali mu musalaba gwa Yesu Kristo.

Tusobola okusonyiyibwa nga tusinziira kw'ekyo Yesu Kristo kye yatukoreera ku musalaba e Gologosa.

Emyaka nkumi na nkumi egiyiseewo bukya Yesu Kristo affa ku musalaba; naye nabbi Isaaya yatugamba bikki okufa kwe byekwalina okutukorela.

"Mazima yetika obuyinike bwaffe, n'asitula ennaku zaffe, naye twamulowoza nga yakubibwa, yafumitibwa Katonda n'abonyabonyezebwa.

Naye yafumitibwa olw'okusobya kwaffe, yabetentebwa olw'obutali butukirivu bwaffe, okubonerezebwa kw'emirembe gyaffe kwali kuye, era emiggo gye 'gye gituwonya'.

Ffe fenna twawaba ng'endiga, twakyamila buli muntu mu kubo lye ye, era Mukama atadde kuye obutali butukirivu bwaffe fenna." (Isaaya 53:4-6)

Ekyawandikibwa ekyo ye nsibuko y'okusonyiyibwa kwaffe; era olina okumanya nti, okusonyibwa kwe kujjawo omusango oba obusungu bwa Katonda ku bulamu bwaffe

Singa teyali Yesu Kristo kuffa ku musalaba, omusango gwali gw'atusinga, era ffenna twali ba kuffa tugende mu geyenna, naye okuffa kwe kwafuuka omutango ku lwaffe, ne tusonyiyibwa, era ne tukirizibwa eri Katonda.

Bw'olaba ebigambo bya Pawulo mu Barumi 3:23 n'ebya Isaaya byona tebyawukana; kubanga byona bilaga nti fenna twayonoona, era singa teyali saddaka Yesu gye yawayo ku musalaba tetwandikirizidwa eri Katonda.

Ffena buli omu yali abulidde mu kubo lye ebi, nga tujeemye, era nga tuvudde ku Katonda, naye ekyewunyisa baibuli tegamba nti, twali tuyenze oba nti nga tubye, naye egamba nti twakyama mu kubo ebbi.

Twali twakyamila mu makubo gaffe, nga tuli bajeemu, nga twenonyeza byaffe, nga tukola nga bwe twagadde, era nga tuvudde mu kitibwa kya Katonda.

Naye yebazibwe Mukama eyakiriza mutabani we omu yekka, gwe yali alina okwetikka ebyonoona byaffe byonna, ffe tusobole okufuuka ab'edembe oba okurokorebwa okuva mubusibe oba mumikono gya setaani.

Okukubibwa, okuswazibwa, okufumitibwa, okujogebwa wamu n'okuffa: byonna Yesu bye yayitamu, tebyamubako kubanga nti yali ayononye, naye yabiyitamu ku lwaffe tusobole okutasibwa oba okujibwako obusungu wamu n'omusango gwa Katonda.

Abantu abasinga obungi, tebalowoza nti, balina kusooka kusonyiyibwa balyoke bawonyezebwe, naye Isaaya atugamba nti okubonyabonyezebwa kwe, kwe kwatufuula ab'edembe, era nti emigo gye gye gituwonya.

Ensonga enkulu eyatissa Yesu, kwali kututabaganya ne Katonda okuyita mukulokoka wamu okusonyiyibwa ebibi byaffe.

Bwe tutambulira mu bulamu obutukiridde ekyo kitegeza nti tuba tufunye obutukirivu nga empeera, naye Pawulo atugamba nti tewaali n'omu yali asanila mu maaso ga Katonda, naye Katonda yatusasila busasizi olw'ekisa kye kye yatulaga okuyita mu mwana we Yesu Kristo.

Buli muntu asobola okufuna okusonyiyibwa okuyita mu Yesu Kristo, singa abeera n'okukiriza mu Katonda, nga asinziira kw'ekyo kye yasubiza mu kigambo kye.

Ekisokera ddala nga onosonyiyibwa, olina okukiriza nti Yesu Kristo, yafuuka omutango naffa ku musalaba era nazukira oluvanyuma lw'enaku sattu, era mulamu, attudde ku mukono ogwa ddyo ogwa Katonda Kitaffe.

Bw'okiriza Yesu Kristo, ebibi byo bisanguribwa, olwo n'obeera nga omuntu atayonoona ngako mu maaso ga Katonda.

Ekimu ku bintu ebyewunyisa kumballa ya Katonda, kiri nti, ye bw'akusonyiwa, tasonyiwa mu bitundutundu, naye asonyiwa ate neyerabila, ekibi kyo ky'obadde wakola.

"Ani alinga Katonda, nga gwe asonyiwa obubi,ayita ku kwonoona okw'abasigalawo ab'obutaka bwe? Talemera mu busungu bwe emirembe gyona, kubanga asanyukira okusasiira.

Alikyuka alitusasiira, alisamba okwonoona kwaffe n'ekigere, era alisuula obubi bwaffe bwona mu buziba bw'enyanja." (Mikka 7:18-19)

Banange ekyo sikirungi okuwuriila? Nti buli kintu kyonna ekikyamu kyetwali tukoze, ekyandibadde kilabika nga omusango, oba buli kurumiriza kwona setani kwabade aturumiriza:

Katonda bw'atusonyiwa, ayita (akifuula obutalimu), era asamba n'ekigere kye ebyonoono wamu n'emisango gyaffe gyona nagisuula ebuziba mu nnyanja.

Katonda bw'amala okusuula ebiibi byo munyanja, olwo abeera akutadeko ekomo nti, todayo kuvuba munyanja eyo omusuriddwa ebibi byo (ekitegezebwa nti todayo mu kubo omulabe mwabade akukozeseza oba gyobadde oyononeera)

Katonda yakusonyiwa dda, tewali kibuuzo: era okusonyiwa kwa Katonda kwa nkomeredde eri abo abakutamburilamu.

Era ayongela n'atugamba mu Isaaya 43:25 nti, *"Nze nze mwene, nze nzuuyo asangula ebyonoono byo ku lwange nze, so sirijukira bibi byo."*

Katonda bw'amala okutusonyiwa, asangula ebyonoono byaffe byonna, olwo ne tubeera batukirivu. Era kibeera nga ekintu ekitabangawo, takoma kusangula busanguzi, naye akyerabiriila ddala, kubanga agamba nti sirijukira bibi byo nate.

Ekyo tekitegeeza nti Katonda mwerabize, naye ekitwawula kuye kiri nti, gwe bw'ogamba omuntu nti nkusonyiye, ate wayita ebanga tonno n'ogamba omuntu omulaala nti, oyo yankola ekintu gundi ne musonyiwa:

Naye Katonda bw'asonyiwa tadayo kukirowozako wadde okukigamba omuntu yenna, olwo obeera nga omuntu bw'ayoza olugoye ne lugwamu eko, nga takyajukira bujama gye bwagenze.

Katonda kyava amaliriiza nga agamba nti, *"Nsangudde ebyonoono byo nga ekire ekiziyivu, n'ebibi byo nga ng'ekire; komawo gyendi kubanga nakununula."* (Isaaya 44:22)

Katonda akugambye nti komawo gyali kubanga yakununula, naye oba olyawo nga webuuza nti yanunula ddi?

Olunaku Yesu Kristo lwe yaffa kumusalaba, n'agamba nti kiwedde olwo gwe nange twali tumaze okununuribwa okuva mu maanyi g'ekibi oba setani.

Naye ekyo kikola nga omaze kulokoka, era nga bw'oba tolokose osigala okyaali mu busibe bw'ekibi oba mu mikono gya setaani.

OKUTABAGANA OKW'EMITENDERA EBIIRI

Kati ngatumazze okutegeera engeeri Katonda gy'asonyiwa, njagadde twogereko kungeri endala ey'okusonyiwa.

Olina okukiriza nti, wetaga okusonyiyibwa, naye nawe olina okusonyiwa: ekyo twakikonyeeko emabegako, naye kati twagala okukilamburula okusingako awo.

Nga tunakitegeera oburungi katulabe Pawulo kye yagamba mu Befeeso 2:11-13 nti, *"N'olwekyo mujukire nga edda mwe abamawanga mu mubiri, abayitibwa abatali bakomore, eri abo abakomore ab'omubiri.*

Mujukire nga edda mwali mwawudwa, era nga muboreddwa eri Isirayiri, nga muli banagwanga eri ebisubizo bya Katonda, nga temurina suubi wadde Katonda munsi.

Naye mu Kristo Yesu, mwe abaali ewala, kati musembezedwa olw'omusaayi gwa Yesu Kristo."

Banange nga ky'akabenje okubeera nga tolina Katonda omulamu, era nga tolina suubi: ekyamazima kiri nti, abantu bonna abatalina Katonda tebabeera na suubi munsi wadde okusubira nti banayambibwa.

Naye Katonda yakimanya, eyo ye nsonga lwaki teyakireka bwatyo; kye yava atuwereza omwana we Yesu, nga okuyita muye tufunna okusonyiyibwa, okutabagana ne Katonda, era ne tufunna esuubi eddamu ely'okugenda muggulu okufuna obulamu obutagwawo.

Kino kitwaliramu abantu bonna abali munsi, nga mwotwalidde n'abo abaali bayitibwa banagwanga, okuyita mu musaayi gwa Yesu Kristo ogwayiika kumusalaba, ne banagwanga bafuna oluwenda olubatuusa eri Katonda omulamu.

Olina okumanya nti, ku musalaba ebisiba byonna oba ebiziyiza byona byamenyebwa, era tewakyaliwo kitwawula nti bano banagwanga ate nti bali ba Isirayiri.

Obubaka obusinga okukola amakulu ku musalaba, kwe kusonyiwa, era Isaaya 53 atutegeza nti, okuyita mu kubonabona kwa Yesu, abantu bonna b'afuuna ekubbo eribatuusa mu mirembe egy'enkomeredde.

Omusalaba gwaleta okutabagana wakati w'omuntu ne Katonda, era ne wakati w'omuntu ne muntu munne: egiggi elyali ly'awula omuntu ne Katonda lyayuzibwamu emirundi ebiiri, olwo omuntu eyali ewala ne Katonda, nasembela kumpi naye.

Bw'otunuriira ebigenda mu maaso mu mawanga gaffe yonna gyetubera,

Ojja kukiriziganya wamu nange nti, ekigambo oba obubaka obusinga okwetagibwa olwa leero, bw'ebwo obw'okufa n'okuzukira kwa Mukama waffe Yesu, obwajjawo enjawulo wakati w'aba nagwanga n'abaana ba Isirayiri.

Ate Bakolosayi 3:9-11, atugamba nti: omuntu omukadde (eneyisa, ekibi, enjogela, entambula) nti yakomererwa wamu ne Yesu, olwo byonna ne bifiira ku musalaba, olwo ne tufuuka bajja mu Mukama waffe Yesu Kristo.

Pawulo atugamba nti, nga bwe tweyambula omuntu omukadde wamu n'ebikolwa bye, ne twambala omuntu omujja, nti tutamburirenga mu bulamu obujja.

Ekyali kyawula banagwanga ku Bayudaya kyajibwawo; ekyali kyawula banadini ku kubatali banadini kyajibwawo; ekyali kyawula abasooma ku batasooma kyajibwawo; ekyali kyawula omukozi ku oyo amukozesa kyajibwawo, era ekyali kyawula omugagga ku mwavu nakyo kyajibwawo.

Kino kitegeza nti osobola okukola kyona Katonda kyaba akusobozeseza awatali kukugilwa lwa gwanga, langi oba ekikula kyo.

Kino nkigerageranya n'engeeri Katonda gye yalagila Nuuwa okuzimba elyato; era olwamala ebisolo eby'enjawulo ne biyingila wamu ne Nuuwa mu lyato.

Naawe okimanyi bulungi nti ebisolo biwalaganna, era birya binabyo, naye kino kyali kyanjawulo eri ebyo ebyali mu lyato, byonna byalina emirembe olw'ekisa kya Katonda ekyaliwo mu budde obwo.

Elyato lya Nuuwa ke kabonero ak'endagaano enkadde, era nga kyenkanankana n'okubeera mu Yesu Kristo, buli lw'obera mu Kristo, si nsonga wajja ofanaana otya; naye Katonda atandika okukola kumbala yo okutuusa nga okyukidde ddala.

Olina okumanya nti, omuntu bw'abeera mu Kristo abeera kitonde kigya eby'edda nga biwedewo laba nga bifuuse bijja:

Eyabbanga nga takyabba, eyayendanga nga takyayenda, eyattanga nga takyatta nate, wabula nga amaanyi g'omusaayi gwa Yesu ge gafuga wamu n'okukyusa obulamu bwe.

Naye bwobeera mu Kristo, n'oyonoona oba towulira mirembe, kubanga ky'okoze tolina ku kikola, kubanga tokyali mu nkambi yakyo, naye nga ate waliwo abatali balokore abakikola bo ne bawuriira nga tewali musango.

OMUDDU ATASONYIWA

Katulabe kubukulu obuli mu kusonyiwagana: era olina okumanya omugaso gw'amazima gano eri obulamu bw'omukiriza, agatabusibwa maaso.

Mukama waffe Yesu, yatuterawo omusingi ogw'okusonyiwa mu Mattayo 6:9-15 n'atugamba nti, *"Kale musabenga bwe muti nti, 'kitaffe ali mu ggulu, Elinnya lyo litukuzibwe.*

Obwakabaka bwo bujje. By'oyagala bikolebwe munsi, nga bwe bikolebwa mu ggulu. Otuwe emeere yaffe eya leero.

Otusonyiwe amabanja gaffe, nga naffe bwe tusonyiwa abatwewolako. Totutwala mu kukemebwa, naye oturokole mu bubi.

Kubanga obwakabaka n'obuyinza n'ekitibwa bibyo, emirembe n'emirembe, 'Amina"

Essaala eyo mpanvu, era ejudde amagezi wamu n'amaannyi ga Katonda; naye bw'oba wegendereza; Mukama waffe, okukatiriza yakuteeka kukusonyiwa.

Era nga mukyo, yatulaga engeeri gye tuyinza okufuna okusonyiyibwa okuva eri Katonda: *Otusonyiwe amabanja gaffe, nga naffe bwe tusonyiwa abatwewolako.*

Bwetuba nga tusonyiwa abatusobya, naffe tusobola

okusaba okusonyiyibwa okuva eri Katonda, era ne tusonyiyibwa.

Naye bwetuba nga tetusonyiwa, oba nga tusonyiwa mu mankwettu, olwo n'okusonyiyibwa kwaffe okuva eri Katonda kubeera mu lusuubo - tetusonyiyibwa.

Mukama waffe ayongelako n'agamba nti, bwe munasonyiwa abantu ababasobya, ne kitamwe ali muggulu alibasonyiwa ebyonoono byamwe.

Naye bwemutasonyiwe Bantu babasobya, ne kitamwe ali muggulu talibasonyiwa mwe. Ebyo sibagambo byange wabula bya Mukama waffe Yesu, era tebijurukuka.

Kankubuze wandyagadde Katonda akusonyiwe? Bw'ekibera nti yee, ekyo kitegeeza nti, tewali nkola ndala okujako okusonyiwa abo abakusobya bonna naawe olyoke osonyiyibwe.

Mu kitabo kya Makko esuula 11:24-26, Mukama waffe ayongela okutulaga engeri essaala zaffe gyezirina okudibwamu nayogela nti,
"Kyenva mbagamba nti, ebigambo byona bye musaba n'okwegayiriira, mukirize nga mub weredwa, era muli bifuna. Era bwemunayimiriranga nga musaba, 'musonyiwenga, bwemubanga n'ekigambo ku muntu yenna, ne kitamwe ali muggulu abasonyiwe ebyonoonoono byamwe. Naye bwemutasonyiwa, era ne kitamwe ali mug-

gulu talisonyiwa byonoono byamwe"

Buli lwetugenda okusaba, Mukama waffe atugamba nti, kitukakatako okusonyiwa; era tatugamba nti, olina kulinda oli eyakusobeza ajje gyoli akusabe okumusonyiwa.

Mukama waffe atugamba nti, oba oyagala essaala zo zidibwemu, olina kusonyiwa ne bw'obeera ani.

Emirundi egisinga sikiriza nti, olina okurumba eyakusobeza omugambe nti, nkusonyiye okujako nga olaba nti kyetagisa.

Naye olina okulangiriira okusonyiyibwa, wamu n'okubasumurura okuva kuntobo y'omutima gwo, kubanga buli lw'obasibira obusungu mu mutima gwo, ne Mukama akusibira obusungu ekitali kirungi n'akatono.

Olina okumanya nti, ebanja Katonda ly'akubanja denne okusinga gwe ly'obanja abantu abalaala; era ekibi kyo kinenne okusinga eby'abalala. Yesu atugamba nti, musonyiwe sinsonga kye yakukola kyenkana wa obunenne oba kikurumye kwenkana wa.

Tewali mbeera yonna etugaana kusonyiwa, singa tubeera twagala okusaba era okusaba kwaffe kudibwemu. Njagala okimanye nti, buli lw'osaba Mukama asooka kw'ekenenya mutima gwo, alabe oba tolina muntu, gw'oganyi kusonyiwa, bw'aberawo nga olwo agamba nti, mulindeko okumuwa ky'asabye kubanga tatukiriza bisanyizo by'ekyo ky'asaba.

Olwo kiba kitegeza nti, toweredwa ekyo ky'obadde osabila, naye nga ddala lwaki wandikiriza, ensonga entono bwetyo ey'okusonyiwa okukuremesa okufuna ky'oyagala oba ky'osabidde ebanga eddene?

Wali osabye esaala yonna nga tedibwangamu? Olaba nga Mukama eyagalawo amattu ge eri okusaba kwo? Osabidde ebanga denne naye nga tofuna kudibwamu? Olowoza nti mukama yakwelabila oba yakureka?

Ky'ekiseera wekebere olabe, oba nga tolinaayo muntu yakusobya naye nga wagaana okumusonyiwa, bw'aberayo, toronzalonza musonyiwe kaakati, nawe olyoke ofune by'oyagala okuva eri Katonda.

Mukama waffe yagenda mu maaso natulaga akabenje akali mu butasonyiwa okusinziira ku Mattayo 18:21-35 era yatugamba nti,

"Awo Peteero najja namugamba nti, Mukama wange muganda wange bwananyononanga, namusonyiwanga emirundi emekka? Okutuusa emirundi musanvu?

Yesu namugamba nti, sikugamba nti, okutuusa emirundi musanvu, naye nti okutuusa emirundi ensanvu emirundi musanvu.

*Obwakabaka obw'omuggulu kye buva
bufananyizibwa n'omuntu eyali kabaka, eyayagala
okubalagana omuwendo n'abaddu be.*

*Bwe yasooka okubala, ne bamuretera omu,
gw'abanja etalanta kakumi. Naye kubanga
teyalina kya kusasula, mukama we nalagila
okumutunda ne mukazi we wamu n'abaana be,
n'ebintu byona byalinabyo ebanja ligwe.*

*Awo omuddu n'agwa wansi namusinza, nga
ayogela nti, mukama wange, mmanja mpola,
nange ndikusasula byona by'omanja.*

*Mukama w'omuddu oyo n'amusasira, n'amuta,
n'amusonyiwa ebbanja. Naye omuddu oyo
n'afuruma, n'asanga muddu munne, naye gwe
yali abanja eddinali kikumi:*

*Bwe yamulaba namukwata, n'amugwa mu bulago,
nga agamba nti, sasula ebanja lyange. Awo muddu
munne, n'agwa wansi namwegayiriira, nga
agamba nti, mmanja mpola, nange ndikusasula.*

*N'atakiriza, naye n'agenda n'amuteeka
mukomera, amale okusasula ebanja. Awo baddu
banne, bwebalaba bwe bibadde, ne banakuwala
nnyo, ne bagenda ne babuliira mukama wabwe,
ebigambo byona ebibadewo.*

*Awo mukama we n'amuyita, n'amugamba nti, gwe
omuddu omubi, nakusonyiwa ebbanja liiri lyona,
kubanga wanegayiriira, naawe tekikugwanidde*

kusasiira muddu munno, nga nze bwenakusasiira gwe?

Mukama we n'asunguwala, n'amuwa mu bambowa amale okusasula ebbanja lyonna. Bwatyo kitange ali muggulu bw'alibakola, bwe mutasonyiwa mu mitima gyamwe, buli muntu muganda we."

Bwenamala okusoma ekyawandikibwa ekyo, ne ngezako okugerageranya amabanja g'abantu bano bombi okusinziira ku nsimbi nga bweziri kakati.

Ebanja elisooka lyali lyenkana Ddoola obukadde mukaaga, ate ely'okubiiri nga guli omutwalo gumu mukasanvu ogwa Ddoola.

Bw'oba nga tosonyiwa baddu banno, naawe Mukama agenda kukukola nga bweyakola omuddu oli eyali abanjibwa, n'asonyiyibwa ate ye natasonyiwa.

Binno byetuyiga mu ebyo waggulu:
Ekisooka, obutasonyiwa kibi, ela ky'oreka obugwenyufu, obujeemu, obukakanyavu eri

Katonda, era kiteeka obulamu bwaffe mu busibe obw'enjawuro

Eky'okubiiri: Yesu atugamba nti, mukama w'omudu oli yanyiga: Obutasonyiwa kisunguwaza Katonda.

Era olina okumanya nti, obusungu bwa Katonda

bwona bumaririza bukuyingiza geyenna, singa tewenenya.

Waliwo abantu bangi, abali mubusibe, kubanga baremwa okusonyiwa abo abaali babasobeza. Bangi basibe era banyigirizibwa mu mubiiri, ate abalala banyigirizibwa mu mwoyo; kyenva nkusaba okole kyona ekisoboka, osonyiwe buli muntu yenna gw'omanyi nga yakusobya.

Eky'okusattu: omuntu yenna atasonyiwa abeera ajudde obukuusa; emirudni mingi akulaga nti, oli mukwano gwe oba nti, mukorela wamu oba nti mussa kimu, naye nga omutima gw'ogeera kintu kilala nnyo.

Abantu abengeeri nga eyo, tebabeera bangu, bano babelamu emballa ya Yuda Isikaliyoti, era esaawa yonna basobola okukulyamu olukwe, singa babeera bafunye engeri gyebakwekamu obutasonyiwa bwabwe oba ekiruyi, obusungu n'obukambwe bwabwe.

Eky'okulabilako: Baganda ba Yusuffu bamusuula mubunya, era oluvanyuma nebamutunda, naye byona byakorebwa, okusinziira kungeri gye baali b'amukyawa mu mitima gy'abwe.

Njagala okitegeere nti tewali muntu atta oba akolamunne bulabe, okujako nga ajjudde obutasonyiwa wamu n'obukusa mu mutima gwe munda.

ENGEERI Y'OKUSONYIWA ABAKUSOBYA

Mukama waffe, atugamba nti, *Otusonyiwe amabanja gaffe, nga naffe bwe tusonyiwa abatwewolako.*

Wano kitulaga nti, ekigera ky'okozesa mu kusonyiwa abantu abalaala ne Mukama ky'akozesa okukusonyiwa gwe.

Buli lwe twogera ku kusonyiwa, abantu abasinga obungi, bagamba nti, siyinza kusonyiwa: naye kino bakyogera lwa butamanya.

Olina okumanya nti, ensonga ey'okusonyiwa ekwatagana n'okusalawo kwo, kino kitegeza nti osobola okusalawo okusonyiwa singa oba omanyi engeri gye kikorebwamu mu bulamburukuffu.

Naye waliwo emitendera mukaga omuntu gyalina okutwala nga anasonyiwa:

Okumanya obwetaavu

Olina okumanya obwetaavu bw'okusonyiyibwa: era olina okubeera owamazima eri omutima oba obulamu bwo, era lekera awo okubeera munadinni, wamu n'okulimba omutima gwo n'abantu abalaala nti, byonna biri burungi.

Ky'ekiseera okirize nti, waliwo b'orinako obukyaayi, obusungu, obukaawu, wamu n'ekiruyi. Tolina ku kikweka, kubanga ye Katonda alaba byonna era amanyi byonna, ebiri mu mutima gwo.

Nkimanyi nti tutera nyo okwerimba nadala eri abantu abaturiranye oba abatusemberera, netwekoza nti tewali kibi, naye nga gwe okimanyi nti mukwano gwo yakusobya.

Naawe okimanyi, Abantu bangi wabagalirawo dda omutima gwo olw'obutabasonyiwa, nga mw'otwalidde omwagalwa wo, abaana bo, abakozi bo, baliranwa bo n'abaalala.

Kakkana

Lekera awo okulwanagana ne Katonda, tandika okukakkana eri Omwoyo Omuttukuvu n'eri ekigambo, ky'ekiseera okole ekigambo kye kigamba:

Katonda akubuuza nti, oyagala nkusonyiwe, gwe naawe sooka osonyiwe oyo eyakusobya, njakukusonyiwa nga nsinziira kungeeri gy'osonyiwa abantu abalaala"

Okusonyiwa tekitegeeza nti, olina kubeera wa mwoyo nyo, era sikuyigiriza nti obeere namwoyo nyo, naye olina okumanya nti kigassa gwe, era ngezako okulamburuura ensonga esibide obulamu bwo mu busibe.

Emirundi egisinga obungi, Omwoyo Omuttukuvu akurumiriza nti, olina okusonyiwa, naye gwe n'ogaana. Abantu bangi bakisanga nga kyangu okusabila ebintu, ebiraala, naye bwe kituka ku kusonyiwa, kibeera kizibu nyo, era omwoyo ne bwayogera olusi tebifibwako.

Ssalawo

Bw'omala okukkana eri Omwoyo Omuttukuvu n'eri ekigambo kya Katonda, ekidako kwe kukola okusalawo okutuufu.

Teri muntu ayinza kukukakka kusonyiwa, kubanga okusonyiwa okutuffu, kuva mukwagala kwo, ne kulyoka kukirizibwa mu maaso ga Katonda.

Munsonga y'okusonyiwa tolina kugamba nti, ndikusonyiwa, oba nja kukusonyiwa, naye olina kugamba nti nkusonyiwa mu linnya lya Yesu.

Kyature

Okusonyiwa kwo tekulina kubeera kwa munda, naye olina okukyatura ne kiwurikika mukamwako, n'ogamba nti, Mukama, gundi…musonyiwa, olw'ekibi kino… kye yankola, musumurula okuva kuntobo y'omutima gwange, era mulangilirako omukisa okuva leero.

Buli lw'okyatula, ofuna okutoworokoka mu mutima gwo, ekiruyi, obusungu n'obukambwe bukendeera, era tolina kurekeraawo kwatula okutuusa lw'owuriila nga otoworokose, n'otandika okuwuriila emirembe.

Yimiriira nga oli mumaririivu

Bw'obeera nga emitendera enna egisoose
nga ogigoberede burungi, kati ginno egidako
olina kulwana okulaba nti, todayo mu busibe
bw'obutasonyiwa.

Buli lw'owuriira nga okemebwa okurowoza kungeri
omuntu oyo, bwe yakusobya, amangu ddala tandika
okulangiliira nti, nkusonyiwa nga olubereberye.

Ate era oyinza obutadamu ku kikola, naye n'ogamba
Mukama nti, ensonga eno nagiteka mu maaso go,
era nzikiriza nti yaggwa, n'olwekyo nkusaba ompe
emirembe, wamu n'ekisa okubyelabira.

Saba nga ogaba omukisa

Ekitundu ekisembayo, kwe kusabira omuntu oyo
abadde yakusobya omukisa. Webaze Katonda ku
lw'omuntu oyo, mwebaze kubanga wamusonyiye,
tandika okulowoza ebintu ebirungi ku lulwe.

Era musabire buli kalungi konna komanyi wansi
weggulu, kubanga abaana ba Katonda twayitibwa
kuwa mukisa, bulamu, mirembe, sannyu, buggaga
n'ebilaala ebirungi so ssi bibi.

EBYAFAAYO BY'OMUWANDIISI:

Derek Prince yazalibwa mu munsi ya India, naye bazadde be baali Bangereeza.

Yasomera mu Etoni ne Cambridge University ebungereza, eyo gyeyakenkukira mu ruriimi Oluyonaani n'olulatini.

Era yakulirako ekibibiina ekyaali kiyigiriiza ebintu ebyedda nga obigerageranyiza ne kakati.

Nga ali mu sematendekero yayongeera okukenkuka mu ruriimi Olw'ebulaniya n'olulamayika, era ye yongerayo mu sematendekero mu Yerusalemi.

Yazilwanako mu sematalo ow'okubiiri, eyo gyeyakenkukila mu kusoma Baibuli, era mu biseera ebyo, yafuna ensisinkano ne Yesu Kristo.

Era oluvanyuma lw'ensisinkano eno; yatandikawo enjogeera egamba nti, Yesu Kristo mulamu, era nti Baibuli ntuffu era ge mazima abantu bonna ge betaaga singa babeera bayagala okugenda mu ggulu, ekyo kyakyusa obulamu bwe bwona.

Awandiise ebitabo bingi nnyo, naye nga okusinga byonna biyigiriza oba bivunula Baibuli, mungeeri esinga okutegerekeka.

Ebitabo ebilaala ebyawandikibwa Derek Prince

Secrets of a Prayer Warrior
Self-Study Bible Course
  (revised and expanded)
Set Apart For God
Shaping History Through Prayer
  and Fasting
Spiritual Warfare
Surviving the Last Days
They Shall Expel Demons

Through Repentance to Faith *
Through the Psalms with
  Derek Prince
Transmitting God's Power *
War in Heaven
Who Is the Holy Spirit?
You Matter to God
You Shall Receive Power

*FOUNDATIONS SERIES

1. Founded on the Rock (B100)
2. Authority and Power of God's Word (B101)
3. Through Repentance to Faith (B102)
4. Faith and Works (B103)
5. The Doctrine of Baptisms (B104)
6. Immersion in The Spirit (B105)
7. Transmitting God's Power (B106)
8. At the End of Time (B107)
9. Resurrection of the Body (B108)
10. Final Judgment (B109)

www.derekprince.com